Lối Mòn Không Một Người Qua

NK giới thiệu thơ Bài Cú
Hàng Thị xuất bản
2018

Lối Mòn Không Một Người Qua

NK giới thiệu thơ Bài Cú
Hàng Thị xuất bản
2018

Copyright © 2018 N.K. Tran
All Rights Reserved

Library of Congress Control Number: 2018909929
Title: Lối Mòn Không Một Người Qua
Subtitle: NK giới thiệu thơ Bài Cú
Author: Tran, N.K.
First edition in print 2018

ISBN-13: 978-1-949875-02-7
ISBN-10: 1-949875-02-4

Printed and bound in the United States of America

Published by
Hàng Thị
Henrico, Virginia, USA
www.hangthi.com

Cover design by André Tran
Illustrations by N.K. Tran

Vào Đây Sẽ Gặp

Lời Nói Đầu 1
Dẫn Nhập 3
  Vài Nét Về Bài Cú 3
  Vài Nét Về Việc Dịch Thơ 6
Lối Mòn Không Một Người Qua 11
  Sương Núi Xuống Bên Hồ 13
    thơ Bài Cú NK 13
  Sâu Ơi, Thu Đã Tàn Canh 28
    thơ Matsuo Bashō 28
  Thư Pháp Ngang Trời 49
    thơ Yosa Buson 49
  Ao Sâu Đã Chớm Sang Hè 74
    thơ Kobayashi Issa 74
  Sóng Xuân 91
    thơ Masajo Suzuki 91
  Mỗi Trời Một Thu 110
    thơ Masaoka Shiki 111
    thơ Momoko Kuroda 115
    thơ các Tác Giả Khác 118
Thay Lời Kết 125
Chú Thích 131

Thư Mục

[AF]	Abigail Friedman: I Wait for the Moon 100 Haiku of Momoko Kuroda Stone Bridge Press 2009
[DL]	David Lanoue: The Haiku of Kobayashi Issa http://haikuguy.com/issa/
[FB]	Faubion Bowers: The Classic Tradition of Haiku Dover Publications 1996
[GT]	Gábor Terebess: Haiku International https://terebess.hu/english/haiku/haiku.html
[HB]	Henri Brunel: Les Haïkus Librio 2006
[JB}	Janine Beichman: Masaoka Shiki, His Life and Works Cheng and Tsui Company 2002
[JTC]	Joan Titus-Carmel: Issa Haiku Éditions Verdier 2014
[JR]	Jane Reichhold: Bashō - The Complete Haiku Kodansha International 2008
[RH]	Robert Haas: The Essential Haiku HarperCollins Publisher 1994
[TN]	Thuần Ngọc: Thơ Bài Cú Hàng Thị 2018
[TS-WN]	Takafumi Saito & William R. Nelson: The Heart of Bashō, Buson, and Issa BookSurge 2006
[WM-TL]	W.S. Merwin & Takako Lento: Collected Haiku of Yusa Buson Copper Canyon Press 2013

NK giới thiệu thơ Bài Cú

Lời Nói Đầu

Tập sách nhỏ mang tựa đề *Lối Mòn Không Một Người Qua* này nhằm giới thiệu Bài Cú, một thể thơ ngắn của Nhật Bản, với bạn đọc Việt Nam.

Phần Dẫn Nhập chỉ phác họa sơ lược thế nào là một bài thơ Bài Cú, cùng những vấn đề chung khi dịch thơ Bài Cú Nhật Ngữ. Thay vì lý thuyết dài dòng, chúng ta sẽ cùng đọc những thí dụ cụ thể, vừa thơ dịch, vừa thơ sáng tác, để từ đó rút ra những trải nghiệm cho riêng mình.

Phần chính, mang cùng tựa đề với tên của tập sách, gồm nhiều chương ngắn mà chương đầu tiên là thơ sáng tác theo thể Bài Cú của người soạn. Các chương sau đều là thơ của các thi gia Nhật Bản lừng danh được người soạn phỏng dịch sang Việt Ngữ. Ngoài thơ của những nhà thơ lớn không thể thiếu như Bashō, Buson, Issa, và Shiki, còn có sự góp mặt của thơ Suzuki, Kuroda, cùng vài thi gia khác. Đặc biệt, tất cả Bài Cú đều được chuyển sang tiếng Việt một cách hết sức phóng khoáng bằng Lục Bát.

Cuối tập sách, phần Kết, sẽ bàn thêm về một vài thể thơ ngắn khác trong các ngôn ngữ Việt, Hoa, Anh. Khi nhận xét những điểm giống nhau và khác nhau giữa Bài Cú với các thể thơ ấy, chúng ta có thể tự hỏi vì sao chỉ riêng Bài Cú mới được phổ biến và có ảnh hưởng sâu đậm khắp thế giới như vậy.

Là lần xuất bản đầu tiên, tất nhiên không thể tránh khỏi sơ thất, mong được bạn đọc lượng thứ. Ngoài ra, cũng xin được nói lên lời tri ân người anh ruột đã quá vãng là Thuần Ngọc đã đưa người soạn vào không gian kỳ diệu của thơ Bài Cú. Đồng thời, xin cảm ơn Mỹ An, người bạn đời, đã hết lòng khuyến khích, góp ý, và tạo mọi điều kiện thuận lợi để tập sách này được hoàn thành trong thời gian ngắn nhất.

Henrico, mùa thu 2018
NK

Dẫn Nhập

Vài Nét Về Bài Cú

Bài Cú, tiếng Anh là Haiku (俳句), là một thể thơ ngắn của Nhật mà dạng tiêu chuẩn có tất cả 17 âm (syllables), thường viết thành 3 câu: 5 âm - 7 âm - 5 âm (5-7-5). Dùng thật ít chữ để diễn đạt những nội dung phong phú và sâu sắc, thơ Bài Cú do đó thường rất cô đọng, có bài tối nghĩa đến độ có thể nói quá lên là "hiểu sao cũng được."

Thơ Bài Cú đúng tiêu chuẩn thì không có tựa, không có vần, nhưng có bóng dáng thiên nhiên, và gợi lên được thời khắc trong năm. Văn phong Nhật, cũng như các nước Đông Á, lại thường không có chủ từ (subject) rõ rệt, nhưng người đọc có thể cảm nhận được qua ngữ cảnh (context), hoặc tùy theo tâm thức của mình khi thưởng ngoạn bài thơ.

Trong suốt tập thơ này, tất cả các bài thơ nguyên tác bằng Nhật Ngữ, nếu tìm thấy, đều được ghi lại, thường bằng rōmaji (bảng chữ cái Latin), và đôi khi bằng cả văn tự Nhật Bản nếu được. Tất cả đều có bản chuyển sang tiếng Anh hay Pháp do các nhà thơ khác đã dịch, mà người soạn sao chép lại từ những tác phẩm ghi trong phần Thư Mục ở đầu tập.

Dưới đây là một ít ví dụ thơ Bài Cú bằng tiếng Việt, do các nhà thơ hoặc dịch từ thơ Bài Cú ngoại ngữ, hoặc sáng tác trực tiếp trong tiếng nước nhà:

Tôi chẳng là ai:
Mặt trời Thu đỏ hồng chìm xuống
Mang tên tôi đi rồi

Nghiêm Xuân Đức dịch
nguyên tác của Richard Wright

I am nobody:
A red sinking autumn sun
Took my name away.

Soi gương vào tận đáy
Cô nào xa lạ nhìn ta vậy
Có phải chính ta chăng

Vũ Hoàng Chương dịch
nguyên tác của Simone Kuhnen De La Cœuillerie

Au fond du miroir,
Cette inconnue qui me regarde,
Est-ce moi-même?

Con bướm kia nó bay
Hẳn nó không còn nhớ
Đã một ngày chính nó là sâu

Vũ Hoàng Chương dịch
nguyên tác của Simone Kuhnen De La Cœuillerie

Le papillon qui vole
Sûrement it ne sais plus
Qu'il fut un jour chenille.

Kèm con học toán đố
Chán quá xoay qua tập làm thơ
Cả hai bí ngẩn ngơ

thơ Ngu Yên

Nhảy trong lồng
Con chim nhỏ nhìn qua chấn song
Cả bầu trời bị giam

thơ Hồ Thúy An

Vài Nét Về Việc Dịch Thơ

Khi chuyển sang thơ trong ngôn ngữ của họ, một số nhà thơ Anh, Pháp tận lực tôn trọng những nguyên tắc trong thơ Bài Cú tiêu chuẩn, đôi khi theo sát bản tiếng Nhật đến độ không dùng chủ từ hay động từ - những yếu tố tối cần trong ngữ pháp Tây Âu. Vì thế, những bài thơ dịch này đọc lên thường khó hiểu, ý tưởng có vẻ như không nhất quán. Ngược lại, một số nhà thơ khác lại tùy ý thêm chủ từ hay ghép động từ cho đúng ngữ pháp Tây phương, vô tình gò bó người đọc vào một lối cảm nhận có thể không còn đúng với nguyên ý của tác giả.

Khi chuyển sang thơ tiếng Việt, nhiều nhà thơ ta vẫn thiên về lối dùng thể thơ Bài Cú. Dĩ nhiên, dùng cùng một thể thơ sẽ tạo được cảm giác đã chuyển đạt một cách trung thực. Tuy nhiên, qua một số bài dịch, chúng ta thấy nhiều nhà thơ cũng tự do dùng vần và điệu, những yếu tố không có trong nguyên tác nhưng khó lòng bỏ qua trong thơ Việt.

Riêng người soạn thì đặc biệt ưa thích thể thơ Lục Bát khi chuyển sang thơ Việt, và chỉ dùng toàn thể Lục Bát khi phóng tác các thơ Bài Cú trong suốt tập thơ này. Thể thơ Lục Bát quen thuộc có lợi điểm là giúp độc giả Việt Nam dễ thông hiểu hồn chữ và hồn thơ hơn. Ngoài ra, người soạn chỉ dùng thơ để ghi lại tâm thức của mình khi đọc từng bài thơ Bài Cú của các tác giả khác. Nói khác đi, người soạn chỉ cố gắng diễn đạt sao cho độc giả có thể cùng trải nghiệm những cảm xúc vừa do bài thơ ngoại ngữ gợi lên, vừa hợp với tâm hồn Việt Nam. Vì vậy mà chỉ dám gọi là "phóng tác", hay "viết theo", chứ không hẳn là "dịch".

Trước hết, mời bạn đọc xem hai bài thơ Bài Cú, nguyên tác viết bằng tiếng Anh (tác giả là Hoài-An, một học sinh lớp 4, cấp Tiểu Học ở Hoa Kỳ), với các bản dịch của NK bằng Bài Cú và Lục Bát:

I sit here, reading
In the office at my house
Hearing the thunder

07-05-2006

Một mình ngồi đọc sách
Trong phòng văn khi mưa tầm tã
Nghe sấm động trời xa

08-07-2006

Thư phòng đọc sách mình ta
Mặc cho sấm động trời xa trời gần

30-07-2018

Full moon shining bright
In a dark, cold, and still night
The stars are its friends

07-08-2006

Có ngàn sao làm bạn
Đêm lặng yên, lạnh lẽo, tối tăm
Vằng vặc bóng trăng rằm

12-08-2018

Trăng rằm sáng rực trời cao
Đêm hoang lạnh, có ngàn sao bạn hiền

30-07-2018

Tiếp theo là một bài thơ của Bashō:

inazuma ya
yami no kata yuku
goi no koe

với hai bản dịch của NK bằng Bài Cú và Lục Bát:

Ao ngủ giấc yên lành
Tia chớp bùng lên... ôi, bất hạnh
Một tiếng cò thất thanh

24-07-2018

Cái cò lặn lội bờ sông
Một tia chớp! Một tiếng lòng... thảm thương

16-08-2013

Sau cùng, mời xem một bài thơ của Issa:

風ろ水の小川へ出たり飛小蝶

furo mizu no
ogawa e detari
tobu ko chō

Nghĩa:

nước tắm
trong suối
con bướm nhỏ bay vào

taking a dip
in the creek's bath water...
little butterfly   **[DL]**

NK chuyển sang thơ Việt bằng thể Bài Cú:

Nhẹ nhàng con bướm nhỏ
Nhúng mình vào nước suối thiên thai
Giũ chút bụi trần ai

24-07-2018

NK chuyển sang thơ Việt bằng thể Lục Bát:

Nhẹ nhàng cánh bướm đào nguyên
Giữa dòng suối gợn nhân duyên, nhúng mình

12-08-2018

Lối Mòn Không Một Người Qua

Sương Núi Xuống Bên Hồ
thơ Bài Cú NK

Trong chương này là những bài thơ mà người soạn đã sáng tác theo hình thức Bài Cú, nhưng không theo sát những định lệ tiêu chuẩn. Nói rõ hơn, các bài thơ này đều có tựa - một phương án "ăn gian" nhằm giải thích thêm ý nghĩa của bài thơ, cũng không nhất thiết nói về thiên nhiên, và không gắng gượng ám định thời khắc trong năm. Thêm vào đó, ngoài việc dùng vần cho hợp với cảm tính người Việt, người soạn cũng tùy tiện dùng âm điệu của thơ ngũ ngôn hay thất ngôn cho dễ đọc. Nói cách khác, chỉ có "tính Bài Cú" ở chỗ gồm 3 câu với cấu trúc 5-7-5, chứ không thể nói là đúng lối thơ Bài Cú cổ truyền.

Ngày Vui Của Sóc Nâu 1

Cành lớn sang cành nhỏ
Lá đong đưa ngọn gió đầu mùa
Rải hạt đầy trên cỏ

14-05-2006

Lỡ Bước Sang Ngang 2

Độc thân hoài cũng chán
Chiếc lá lìa cành tìm lứa đôi
Rơi trên cỏ ngậm ngùi

25-05-2006

Người Lính Già Trong Công Viên 3

Nắm mối dây kiêu hãnh
Cánh diều lẫm liệt giữa trời xanh
Tóc bay nhịp quân hành

25-05-2006

Ba Tiếng Cu Kêu 4

Con chim nhỏ trớ trêu
Tháng Sáu quê nhà đâu đã Tết
Sao cứ giục trồng nêu?

21-06-2006

Cả Tin 5

Mắc lừa câu truyện cổ
Chó sói thổi mòn hơi không đổ
Túp lều tranh duyên số

04-07-2006

Biển Vũng Tàu 6

Chiều ra tắm bãi Sau
Vuốt tóc còn say hương núi Lớn
Bị sóng đánh té nhào

05-07-2006

Cô Đơn 6

Biển nghìn trùng khao khát
Viết nguệch ngoạc bài thơ trên cát
Biển trườn lên uống cạn

07-07-2006

Trở Về Đất Mẹ 8

Đã về đây đủ cả
Có đứa bằng tên trên tường đá
Đứa bằng ánh sao trời

29-07-2006

Phu Nhân 9

Nàng như dã yên hoa
Bạc trắng tóc xưa vàng óng ả
Theo gió về trời xa

28-08-2006

Còn Đêm Nay Nữa 10

Cùng nếm nhiều ngang trái
Chưa biết đời ai tàn trước ai
Đêm tiễn nhau còn dài

20-09-2006

Câu Chuyện Thời Sự   11

Vương xa giá nhập thành
Trắng đen chiến địa Hậu tung hoành
Thế cờ đến khúc quanh

23-10-2006

Ngày Xưa Ai Nói   12

- Anh thương em tất cả...
- Thời gian sẽ trả lời, anh ạ!
Thời gian tàn nhẫn quá!

25-10-2006

Sứ Mạng Chưa Tròn   13

Quanh nhà thờ Cửa Bắc
Sáu vạn tử sĩ cùng nguyện kinh
Rồng tiên vẫn ngục hình

18-11-2006

Mẹ, Trong Nhà Dưỡng Lão   14

Đêm. Ngày. Đêm. Ngày. Đêm.
Sáng. Trưa. Chiều. Chậm. Lâu. Tàn lụi.
Ngày dài. Đêm lê thê.

23-11-2006

Lập Đông   15

Bầy sáo trên ngọn sồi
Ríu rít chuyện đêm qua trăng sáng
Ngay lúc tuyết vừa rơi

04-12-2006

Điện Diêm La Ngày Buồn   16

Núi lở có sông bồi
Cành phong có nắng, mình có đôi
Quỷ vương đành bó gối

16-12-2006

Mở Quà Giáng Sinh 17

Thất vọng chưa từng thấy
Tại sao ba cho con sách vậy???
Làm cả nhà buồn lây!

26-12-2006

Vực Thẳm Trong Ta 18

Đêm trú bờ Hố Đen
Hiện Tại, Tương Lai đều đóng cửa
Mình Dĩ Vãng lên đèn

29-01-2007

Duyên Thời Mạng 19

Gặp rồi yêu chớp nhoáng
Cuộc tình chóng vánh chưa tròn tháng
Đã thành sầu dĩ vãng

20-02-2007

Thiên Duyên Kỳ Ngộ 20

Từ theo thầy Nhất Hạnh
Thọ pháp thiền danh Thích Nhất Lan
Tim chan hòa Phật tánh

25-03-2007

Chuyện Khó Nói 21

Giữa rừng già mênh mông
Chiếc lá không hay mình đã rụng
Vẫn chuẩn bị vào đông

22-04-2007

Chẳng Phí Công Chờ 22

Nghe người cũ ngóng tìm
Cúi mặt giấu nụ cười kiêu hãnh
Lệ mừng tràn buốt tim

27-05-2007

Giác 23

*Nghe Đạt Lai Lạt Ma
Giảng "hạnh phúc là A Di Đà"
Mới ngộ lời Thích Ca*

28-03-2008

Thời Để Chết 24

*Chống gậy về thành phố
Giữa triệu người cho khỏi bơ vơ
Dăm chữ cuối bài thơ*

15-04-2008

Đất Bình Chánh 25

*Bắt còng nướng lửa rơm
Bùn non bám vỏ cháy giòn thơm
Lo gì chuyện thiếu cơm*

27-04-2008

Nuốt Lệ Làm Vui 26

Nhiếp ảnh viên ngày cưới
Núp sau máy ảnh bấm liên hồi
Giả cười lệ vẫn rơi

16-01-2009

So Sánh 27

Nắn nót câu tứ tuyệt
Chắt chiu từng chữ gạn từng vần
Răm rắp đều nhịp chân

Phóng bút viết bài cú
Tung hoành như ngựa chứng đồng hoang
Không một nét ngay hàng

28-06-2009

Vãn Hát 28

Màn nhung khép đã lâu
Góc rạp đào già châm điếu thuốc
Lửa run run nét sầu

11-09-2009

Vĩnh Hằng 29

Vẫn lẫm liệt hào hùng
Khối đá nhân từ nghiêng dáng đứng
Chiêm ngưỡng đóa phù dung

19-12-2010

Được Thua 30

Nhìn gã cắc kè bông
Gã trừng mắt oái oăm nhìn lại
Chưa biết ai khờ dại!

19-12-2010

Đáy Vực Cô Đơn 31

Hạt nẩy mầm rồi em!
Vui ghê! Anh muốn báo tin liền
Nhưng... bốn bề... đất đen

19-12-2010

Hạnh Phúc 32

Chỉ uống vừa đủ say
Chân bước còn nghe xuân gợn gió
Chếnh choáng đường hoa cỏ

19-12-2010

Nhớ Cà Phê Bảo Lộc 33

Cứ thơm hoài vị đắng
Của lá thu vàng chiều gió may
Dốc Di Linh phố gầy

22-12-2010

Nhớ Đế Gò Đen 34

Vẫn nghe phần phật gió
Mùi đất phèn áo cánh Long An
Trong từng ngụm nếp than

22-12-2010

Đom Đóm 35

*Cố chọc thủng màn đêm
Dĩ vãng loé lên từng đốm sáng
Lời thiên cổ nhắn về*

23-12-2010

Muộn 36

*Áo buồn như tóc rối
Gió lay chi nữa chuyện qua rồi
Lệ cũng muộn mà thôi*

01-01-2011

Tự Sự 37

*Quyển tiểu thuyết đời tôi
Ngổn ngang những chữ Buồn đen nhẻm
A, chữ Hết đây rồi!*

30-06-2015

Mừng Sinh Nhật 38

Đường dài tay nắm tay
Tròn một tuổi bên nhau từng ngày
Đời cứ thế mà say

12-07-2018

Quán Cóc Đầu Làng 39

Rùa nhướng mắt tìm sao
Ếch già chép miệng "đời hư ảo"
Nước mấp mé bờ ao

26-07-2018

Hồ Tiếng Vang 40

Sương núi xuống bên hồ
Ánh nước vọng hồi chuông tịnh độ
Sóc già dẫm lá khô

26-07-2018

Đêm Phố Nhỏ 41

Nghiêng nhánh phong hàng xóm
Trầm tư một cánh quạ đen ngòm
Hoàng hôn chờ ánh đóm

29-07-2018

Lý Do 42

Ly cà phê sữa đá
Ngọt, đắng, bùi, thơm, hay lạnh giá
Mà chú ruồi lân la?

01-08-2018

Sâu Ơi, Thu Đã Tàn Canh
thơ Matsuo Bashō

Theo Thuần Ngọc, Matsuo Bashō (1644-1694), hay Ba Tiêu, là tên hiệu tác giả tự đặt vào khoảng năm 1681 khi ông dọn vào ở trong một cái chòi có một cây chuối mọc bên cạnh. Hồi trẻ, ông theo chân thân phụ, làm võ sĩ cho sứ quân Todo Yoshitada (Sengin). Vì Yoshitada sính làm thơ Bài Cú nên Bashō cũng làm thơ, lúc đầu ký tên là Sobo. Bashō dần dần nổi tiếng, và ông đi du lịch nhiều nơi trong nước Nhật. Ông mất năm 1694, sau khi viết quyển Oku No Hosomichi. Khi ông mất, có khoảng 2000 môn sinh đang theo học lối làm thơ Bài Cú của ông.

43

Mùa thu đã lậm bao ngày
Láng giềng... chả biết độ rày ra sao?

26-05-2012

Deep autumn -
my neighbor,
how does he live, I wonder?   **[RH** trang ix**]**

44

*Ở ngay giữa cố đô buồn
Nghe cu gáy, lại nhớ mòn cố đô*

26-05-2012

*Even in Kyoto
hearing the cuckoo's cry -
I long for Kyoto*   **[RH** trang 11**]**

45

*Lối mòn không một người qua
Chỉ hoàng hôn với thu già đan tay*

26-05-2012

*This road -
no one goes down it,
autumn evening.*   **[RH** trang 11**]**

46

*Cành khô một bóng quạ già
Thiếu vầng trăng, cũng biết là đêm thu*

26-05-2012

*A crow
has settled on a bare branch -
autumn evening.*   **[RH** trang 13**]**

47

*Men theo cành nguyệt trắng ngần
Đường ra cầu cá, ai cần đuốc hoa!*

26-05-2012

*On the way to the outhouse -
the white of the moonflower
by torchlight.* **[RH** trang 13**]**

48

*Cái cò lặn lội mưa xuân
Nước lên rút ngắn đôi chân cái cò*

26-05-2012

*The crane's legs
have gotten shorter
in the spring rain.* **[RH** trang 13**]**

49

*Đầu xuân nắng chửa lên đầy
Sao ta đã nghĩ đến ngày cuối thu*

26-05-2012

*First day of spring -
I keep thinking about
the end of autumn* **[RH** trang 14**]**

50

Chỉ cơn mưa bụi thế mà
Mất tăm Phú Sĩ, thật là trớ trêu!

26-05-2012

Misty rain,
can't see Fuji
- interesting   **[RH** *trang 14]*

51

Bao đêm lữ thứ xa nhà
Vẫn chưa tàn cuộc, chỉ là cuối thu!

26-05-2012

Many nights on the road
and not dead yet-
the end of autumn.   **[RH** *trang 16]*

52

Biển xanh dần đậm ngày tàn
Tiếng le le gọi cũng nhàn nhạt sương...

26-05-2012

The sea darkening
the wild duck's call
is faintly white   **[RH** *trang 16]*

53

Bấm tay, năm đã tròn ngày,
Vẫn vành nón, vẫn gót giày phong sương

26-05-2012

Another year gone -
hat in my hand,
sandals on my feet.   [**RH** trang 16]

54

Sồi già ngạo nghễ trời cao:
Hơi đâu để mắt hoa đào cợt xuân

26-05-2012

The oak tree:
not interested
in cherry blossoms   [**RH** trang 17]

55

Trời cao đất thấp quay mòng
Cánh ong khật khưỡng rời lòng hoa xuân

26-05-2012

A bee
staggers out
of the peony.   [**RH** trang 18]

56

*Cúi nhìn dưới gốc rào thưa
Kìa nhành cỏ dại cũng vừa bung hoa*

26-05-2012

*When I looked under the hedge -
the little grass called shepherd's purse
was flowering*   **[RH** trang 18**]**

57

*Ao xưa nước đọng võ vàng
Một con ếch nhảy, một tràng xôn xao*

26-05-2012

*The old pond -
a frog jumps in,
sound of water*   **[RH** trang 18**]**

58

*Nghe thơm như huệ như đào
Nhưng ai biết được hoa nào thoảng hương*

26-05-2012

*I don't know
which tree it comes from
that fragrance*   **[RH** trang 21**]**

59

Mưa xuân thấm giọng, mái nhà
Nhấp môi tổ mối, khề khà tổ ong

16-08-2013

Spring rain
leaking through the roof,
dripping from the wasps' nest.   **[RH** *trang 26]*

60

Quả dưa ngọt nước mát người
Rây bùn vẫn thắm nụ cười sương mai

16-08-2013

Coolness of the melon
flecked with mud
in the morning dew.   **[RH** *trang 26]*

61

Ánh trăng nghiêng bóng qua làng
Tiếng cu gáy muộn giữa hàng tre xanh

26-05-2012

Moonlight slanting
through the bamboo grove;
a cuckoo crying.   **[RH** *trang 27]*

62

Hết bay, rồi gáy, rồi bay,
Gã cu đất chả ngừng tay tí nào

26-05-2012

Singing, flying, singing,
the cuckoo
keeps busy.   [**RH** *trang 27*]

63

Bên đường trơ một xác ve
Nhạc sầu muôn thuở còn nghe dạt dào

16-08-2013

A cicada shell;
it snag itself
utterly away   [**RH** *trang 27*]

64

Xuân kia đã dễ ai vào:
Nép sau gương, một cành đào đương hoa

26-05-2012

The spring we don't see -
on the back of a hand mirror
a plum tree in flower   [**RH** *trang 28*]

65

Quá trưa đánh giấc li bì
Gác chân tường lạnh, sá gì nồi kê

26-05-2012

Taking a nap,
feet planted
against a cool wall   **[RH** trang 28**]**

66

Bâng khuâng đi viếng mộ buồn
Kìa ai tóc trắng, gậy còn run tay

26-05-2012

Visiting the graves -
white-haired,
leaning on their canes.   **[RH** trang 29**]**

67

Chẳng như sầu của nhân gian
Chỉ cô đơn - một tiếng than cu cườm

18-09-2014

Not this human sadness,
cuckoo,
but your solitary cry.   **[RH** trang 31**]**

68

Trồng xong bụi chuối, hả hê
Xoa tay nhìn bụi cỏ, chê: thấp tè

16-08-2013

Having planted a banana tree,
I'm a little contemptuous
of the bush clover.   **[RH** *trang 32]*

69

Gió lay mưa dập chuồng bò
Chái hiên vắng tiếng gà giò ke ke

16-08-2013

On the cow shed
a hard winter rain;
cock crowing.   **[RH** *trang 33]*

70

Nửa đêm chợt tỉnh cơn sầu
Đèn leo lét giữa dĩa dầu đóng băng

18-09-2014

Awake at night,
the lamp low,
the oil freezing.   **[RH** *trang 34]*

71

Một tay gói bánh dịu dàng
Một tay vén lại gọn gàng tóc mai

16-08-2013

Wrapping the rice cakes,
with one hand
she fingers back her hair.   **[RH** trang 35]

72

Mây trời hiểu ý nhà thơ
Giể ra cho nguyệt rải mơ xuống trần

16-08-2013

The clouds
are giving these moon-watchers
a little break   **[RH** trang 36]

73

Gió yên đến nắng cũng dừng
Tiếng ve xoáy buốt mấy từng đá rêu

16-08-2013

Stillness -
the cicada's cry
drills into the rocks   **[RH** trang 40]

74

Sâu ơi, thu đã tàn canh
Mi còn đỏng đảnh chưa thành bướm sao?

16-08-2013

A caterpillar,
this deep in fall -
still not a butterfly   **[RH** trang 43**]**

75

Đêm đông rộn tiếng côn trùng
Bỏ trăng lá lúa não nùng vườn khuya

10-03-2015

Winter garden,
the moon thinned to a thread,
insects singing   **[RH** trang 44**]**

76

Chuồn chuồn đáp ngọn cỏ hương
Trượt chân làm vỡ giọt sương, tiếc hoài

05-08-2013

The dragonfly
can't quite land
on that blade of grass   **[RH** trang 45**]**

77

Ừ thôi ngoảnh mặt đi người
Mặc ta chiếc bóng bên trời mơ thu

30-06-2018

You could turn this way
I'm so lonely
this autumn evening **[RH trang 45]**

78

Công trình mô phỏng thơ ai
Giống nhau đến chán như hai lát bầu

14-03-2015

Don't imitate me;
it's as boring
as the two halves of a melon. **[RH trang 47]**

79

Chỉ là hạt cát trong rau
Đang nhai... răng chợt nhói đau, ôi, già!

16-03-2015

Teeth sensitive to the sand
in salad greens -
I'm getting old. **[RH trang 47]**

80

Dầm dề trời cứ mưa ngâu
Con tằm đau, giữa vườn dâu, nằm buồn

16-03-2015

The long rains -
silkworms sick
in the mulberry fields.   **[RH** trang 51**]**

81

Cái cò lặn lội bờ sông
Một tia chớp! Một tiếng lòng…

                              thảm thương

16-08-2013

Lightning -
and in the dark
the screech of a night heron   **[RH** trang 53**]**

82

Đầu làng cho đến cuối làng
Chẳng nhà nào thiếu một hàng tre xanh

16-03-2015

This old village -
not a single house
without persimmon trees.   **[RH** trang 53**]**

83

Tự dưng chợt thấy mình già
Giữa thu, khi bóng mây nhòa bóng chim

18-09-2014

This autumn -
why am I growing old?
bird disappearing among clouds   [**RH** trang 53]

84

Hành phi, tiêu bắc, ngò om
Canh khoai mỡ, chợ Bà Hom, đêm hè

26-06-2018

umewakana marikono shukuno tororojiru

Apricots, young herbs
At an inn in Mariko
Yam soup   [**TS-WN** số 14 trang 5]

85

Sân ngoài bướm thắm hoa tươi
Nhà trong gạo mốc rượu ôi qua ngày

26-06-2018

hanani ukiyo waga sake shiroku meshi kuroshi

With flowers happy
But sad with the world
My sake's white, my rice dark.   [**TS-WN** số 16 trang 6]

86

Muốn say phải cạn chén tình
Chén không có, cạn cả bình - chưa say

26-06-2018

nomiakete hanaikenisen nishoudaru

Drinking it all
As a vase, I'd use
A two-sho cask   [**TS-WN** số 22 trang 7]

87

Hoa mơ nở trắng vườn sau
Nhưng trên mái cũ còn đâu hạc vàng?

27-06-2018

umeshiroshi kinouya tsuruwo nusumareshi

White ume blossoms
Was it yesterday
The crane were stolen?   [**TS-WN** số 25 trang 8]

88

Giữa đồng tuyết lạnh căm căm
Ngọn đương quy chợt nhú mầm, tìm xuân

27-06-2018

yukimayori usumurasakino meudokana

From under the snow
Delicate violet
An Udu sprout!   [**TS-WN** số 35 trang 10]

89

Cổng Chùa Nổi, dậy đi nào
Mở ra cho bóng trăng vào thênh thang

27-06-2018

jouakete tsukisashiireyo ukimidou

Open the lock
Let the moon in
The Floating Temple   [**TS-WN** số 568 trang 149]

90

Trăng soi ngã rẽ dặm trường
Ghé đây giũ chút bụi đường, khách ơi

17-03-2015

the moon a sign
this way, sir, to enter
a traveler's inn   [**JR** số 2 trang 24]

91

Cội đào đã quá thời son
Điệu đà nở thắm như còn nuối xuân

17-03-2015

the old woman
the cherry tree blooming in old age
is something to remember   [**JR** số 3 trang 24]

92

Cố đô mười vạn nóc gia
Kiểng chân cùng đón mùa hoa anh đào

17-03-2015

from Kyoto many houses
a crowd of ninety-nine thousand
blossom viewing   [**JR** số 4 trang 24]

93

Bức tranh ông Thọ trẻ măng
Treo mừng xuân, ắt càng tăng tuổi trời

17-03-2015

people growing old
the youth of Ebisu
makes them even older   [**JR** số 5 trang 24]

94

Chợt nghe lộp độp bên rào
Chát tai những giọt mưa đào gọi xuân

17-03-2015

a falling sound
that sours my ears
plum rain   [**JR** số 6 trang 24]

95

Nẩy mầm từ độ xuân xưa
Cội thông nào sá tuổi vừa vào thu

18-06-2018

this pine
sprouted in the age of the gods
now in autumn   [JR số 320 trang 98]

96

Cố vươn lên những nụ đầu
Cúc hoa vẫn đượm nét sầu đêm mưa

18-06-2018

rising up
chrysanthemums are faint
in a trace of water   [JR số 321 trang 98]

97

Cúc tuy gầy guộc thân già
Vẫn đơm một nụ, gọi là kỉnh thu

18-06-2018

growing thin
the pitiful mum bush
bears a bud   [JR số 322 trang 98]

98

Tiếng chày đập áo bên sông
Vọng từ sao xuống nghe trong lạ thường

18-05-2018

clarifying the sound
the Big Dipper echoes
the pounding block   *[JR số 323 trang 98]*

Thư Pháp Ngang Trời
thơ Yosa Buson

Theo Thuần Ngọc, Yosa Buson (1716-1784), hay Vu Thôn, tên thật là Taniguchi Buson, vừa là họa sĩ vừa là nhà thơ Bài Cú. Buson sinh ở ngoại ô thành phố Osaka, và mồ côi cha lẫn mẹ lúc ông còn rất trẻ. Năm 1737, ông lên Edo (nay là Tokyo) để học vẽ và học làm thơ Bài Cú theo trường phái Bashō. Năm 1742, khi một trong những người thầy của ông qua đời, ông theo gương Bashō đi lên phía Bắc, rồi viếng các thành phố miền Tây Nhật bản. Từ năm 1756 ông chuyên chú nghề vẽ trong suốt 9 năm, rồi dần dần quay trở lại làm thơ Bài Cú. Các bài thơ của ông thường có những nét chấm phá độc đáo, như cảnh vật được nhìn qua ánh mắt họa sĩ của ông.

99

Từ khi thiền giả về trời
Năm dài đăng đẳng kéo đời lê thê

30-07-2018

Bashō departed
And since then
The year has never ended   [theo **Alex Kerr**]

100

Hai cây đào mới yêu chưa
Một đầu, một cuối, trọn mùa nở hoa

22-06-2012

The two plum trees -
I love their blooming!
one early, one later.   [**RH** trang 81]

101

Tiếng chuông rời khỏi lòng chuông
Dửng dưng, thanh thản, đời buông bỏ rồi

12-03-2015

Coolness -
the sound of the bell
as it leaves the bell.   [**RH** trang 81]

102

Hoa lê dưới ánh trăng mờ
Trên tay thiếu phụ còn tờ thư xưa

22-06-2012

White blossoms of the pear
and a woman in moonlight
reading a letter.   **[RH** *trang 82]*

103

Trộm nghe trà cũng thơm giòn
Biết hoa trắng muốt hay còn vàng tơ?

22-06-2012

Tea flowers-
are they white?
yellow?   **[RH** *trang 82]*

104

Nến châm nến, chạm tim hồng
Đêm xuân truyền chút lửa lòng cho nhau

12-03-2015

Lighting one candle
with another candle -
spring evening.   **[RH** *trang 85]*

105

*Chú chim sẻ nhỏ bên rào
Mỏ tuy bé xíu mà gào rõ to.*

12-03-2015

*Sparrow singing -
its tiny mouth
open.* [**RH** trang 87]

106

*Tiếng cưa xé động màn đêm
Gió đông còn xát buốt thêm phận nghèo.*

10-03-2015

*Sound of a saw;
poor people,
winter midnight.* [**RH** trang 90]

107

*Giữa cô tịch, giữa màn đêm
Màu thu xưa vẫn gợi niềm thương xưa*

10-03-2015

*Autumn evening
there's joy also
in loneliness* [**RH** trang 91]

108

Lêu nghêu giữa cánh đồng khô
Gã bù nhìn kiểng cặp giò khẳng khiu

03-04-2015

In the drained fields
how long and thin
the legs of the scarecrow. **[RH trang 94]**

109

Bóng đêm trùm xuống thôn nghèo
Còn nghe tiếng thác ngáy đều xa xa

03-04-2015

Night deepens
sleep in the villages
the sound of falling water. **[RH trang 95]**

110

Bâng khuâng đêm ngắn tình dài
Lưng sâu róm lẻ loi vài giọt sương

06-04-2015

The short night
on the hairy caterpillar
beads of dew. **[RH trang 96]**

111

*Quạnh hiu đêm ngắn tình dài
Chinh nhân giũ bụi đường ngoài bến sông*

06-04-2015

*The short night
patrol men
washing in the river* **[RH** *trang 96]*

112

*Nhớ ai đêm ngắn tình dài
Bọt cua bóng cá vương hoài bờ lau*

06-04-2015

*The short night
bubbles of crab froth
among the river reeds* **[RH** *trang 96]*

113

*Cô liêu đêm ngắn tình dài
Chổi thưa nằm chỏng trơ ngoài bãi hoang*

06-04-2015

*The short night
a broom thrown away
on the beach* **[RH** *trang 97]*

114

Hoang vu đêm ngắn tình dài
Bãi sông nước đã rút vài tấc xa

06-04-2015

The short night
The Oi River
has sunk two feet   [**RH** *trang 97*]

115

Ngẩn ngơ đêm ngắn tình dài
Cuối làng hiu hắt quán ai lên đèn

06-04-2015

The short night
on the outskirts of the village
a small shop opening   [**RH** *trang 97*]

116

Lung linh đêm ngắn tình dài
Một vầng trăng khuyết gượng cài đáy sông

06-04-2015

The short night
broken, in the shallows
a crescent moon   [**RH** *trang 98*]

117

Cá vàng chưa bị cò xơi
Sáng ra còn nhởn nhơ bơi dưới đìa

12-03-2015

Dawn
fish the cormorants haven't caught
swimming in the shallows   **[RH trang 100]**

118

Bánh xe nghiến mặt đường làng
Nép nhau run sợ mấy hàng mẫu đơn

12-03-2015

A heavy cart rumbles by
and the peonies
quiver   **[RH trang 100]**

119

Trên bờ, cỏ đẫm sương êm
Dưới hồ, nước lặng, à, đêm đã về

23-07-2018

Misty grasses
quiet waters
it's evening   **[RH trang 106]**

120

Đỉnh chuông một vệt nắng mờ
Một con bướm ngủ ơ hờ giấc tiên

02-04-2015

Butterfly
sleeping
on the temple bell　　　　　　　**[RH trang 108]**

121

Dọn xong quán, tắt xong đèn
Cô hàng mới biết ngoài hiên mưa nhiều

02-04-2015

The lights are going out
in the doll shops
spring rain　　　　　　　　　　**[RH trang 108]**

122

Tường vi chiều nở bên đàng
Lẽ nào chẳng có sắc vàng ta yêu

02-04-2015

Evening primrose
there ought to be
a yellow kind　　　　　　　　　**[RH trang 108]**

123

Không cầu nối chút tình sông
Bóng chiều cuộn cuộn bên dòng nước xuân

02-04-2015

No bridge
and the sun going down
spring currents   **[RH** trang 109**]**

124

Đường khuya dơi liệng ngổn ngang
Bên kia thiếu phụ liếc sang bên này

02-04-2015

Bats flitting here and there
the woman across the street
glances this way   **[RH** trang 109**]**

125

Lội qua khe suối tơ hồng
Đôi chân ngà khuấy đục dòng nước xuân

02-04-2015

Wading through it
her feet muddied
the spring current   **[RH** trang 109**]**

126

Giếng xưa một ánh trăng vàng
Một con cá quẫy, ngỡ ngàng tiếng xưa

12-03-2015

Old well
a fish leap
dark sound   [**RH** trang 114]

127

Chim cu ngói mới ra ràng
Quay nhìn tổ ấm giữa hàng thông xanh

02-07-2018

The mountain cuckoo
born, I suppose
in the crotch of a tree   [**RH** trang 115]

128

Chú bồ câu đến là ngoan
Chứ chàng cu núi... gian gian thế nào

12-03-2015

The behavior of the pigeon
is beyond reproach
but the mountain cuckoo!   [**RH** trang 115]

129

Nhạn tung thư pháp ngang trời
Trăng vàng đóng triện, tuyệt vời tờ hoa

22-06-2012

Calligraphy of geese
against the sky
the moon seals it　　　　　　　　[**RH** trang 117]

130

Đang mong tiếng sẻ đầu ngày
Lại nghe giọng họa mi đầy trời xuân

23-06-2018

uguiso o
suzume ka to mishi
sore mo haru

I thought it was a sparrow
but it was a bush warbler
one of the surprises of spring　　[**WM-TL** số 7 trang 8]

131

Đám hoa mận đã tàn rồi
Chỉ còn trơ gốc liễu ngồi bơ vơ

16-04-2015

ume chirite
sabishiku narishi
yanagi kana

Now that the plum blossoms
have fallen
the weeping willow is all by itself
[**WM-TL** số 15 trang 10]

132

Toan hươi búa gõ cọc rào
Vội ngừng tay tránh nụ đào vừa đơm

16-04-2015

deru kui o
utou to shitari ya
yanagi kana

I was going to hammer
the post sticking up
but there was the weeping willow
[**WM-TL** số 18 trang 11]

133

Ta yêu cặp mận bên đàng
Đứa nhanh nhẩu, đứa muộn màng
                              đơm bông

16-04-2015

futamoto no
ume ni chisoku o
aisu kana

These two plum trees
I love the way
one blooms early and one late [**WM-TL** số 19 trang 11]

134

Kiễng chân bẻ nhánh mận hồng
Nhốt hương nùng diễm giữa lòng tay khô

16-04-2015

ume orite
shiwa-de ni kakotsu
kaori kana

I take a twig from the plum tree
and cage its fragrance
in my withered hands   [**WM-TL** số 20 trang 11]

135

Trông kìa gốc mận ngày thơ
Ta không với tới cành mơ nữa rồi

28-03-2015

yado no ume
oritoru hodo ni
narinikeri

The plum tree at my cottage
has grown so tall
I can't reach most of the branches
                              [**WM-TL** số 25 trang 13]

136

Bóng râm còn lạnh, đâu ngờ
Cành mai đã hé nụ chờ tin xuân

28-03-2015

sumizumi ni
nokoru samusa ya
ume no hana

In the shade
it is still cold
but the plum is blooming   [**WM-TL** số 26 trang 13]

137

Bàn ai cẩn ốc xà cừ
Phủ đầy hoa mận rụng từ đêm qua

28-03-2015

ume chiru ya
raden koboruru
shoku no ue

Inlaid mother-of-pearl
all over the table
fallen plum flowers   [**WM-TL** số 28 trang 13]

138

Chiều xuân nằm giữa đông tây
Bắc cầu vô định nối ngày sang đêm

28-03-2015

haru no yo ya
yoi akebono no
sono naka ni

Spring night
a bridge from
evening to daybreak   [**WM-TL** số 53 trang 20]

139

*Vắng tanh không một bóng cầu
Bắc ngang dòng nước, để sầu hoàng hôn*

28-03-2015

hashi nakute
hi kurentosuru
haru no mizu

*There is no bridge in sight
across the water
before sunset in spring*   [**WM-TL** số 61 trang 22]

140

*Nước trôi lặng lẽ qua cầu
Màng chi huyên náo tửu lầu phố đêm*

28-03-2015

shunsui ya
shi-jou go-jou no
hashi no shita

*The waters of spring
flow under the bridges
near the nightlife district at Fourth and Fifth Streets*
   [**WM-TL** số 62 trang 22]

141

Tuyết rơi lấm tấm đầu non
Như em điểm phấn cho giòn má xuân

22-04-2015

furi kaete
hie o hatachi no
kehai kana

Mount Fuji powdered
with new snow
looks like a twenty-year-old
　　　　　　　　　　[**WM-TL** *số 376 trang 102*]

142

Như con ve thoát xác phiền
Em qua suối nhỏ trút liền xiêm y

22-04-2015

nugi kayuru
kozue mo semino
ogawa kana

Like a cicada molting on a tree top
you took off your old garments
by the stream of Semi　　[**WM-TL** *số 327 trang 102*]

143

*Đôi tình nhân vốc suối trong
Tạt nhau làm đục cả dòng đào nguyên*

22-04-2015

futari shite
musubeba nigoru
shimizu kana

*Two lovers cup their hands
scoop clear water from a spring
stirring up mud*   [**WM-TL** số 381 trang 103]

144

*Ước gì vẽ được dòng hoa
Dẫn con suối nhỏ về qua am nghèo*

22-04-2015

waga yado ni
ikani hiku beki
shimizu kana

*I wish I could guide
this clear spring water
to where I am living*   [**WM-TL** số 382 trang 104]

145

Cỏ thơm gay gắt nắng hè
Là hương báo xác người về thiên thu

22-04-2015

kusa-ikire
hito shini iru to
fuda no tatsu

Heavy fragrance of summer grass
a signboard says that a man
is lying dead   [**WM-TL** số 383 trang 104]

146

Những chùm nguyệt quế thơm xa
Sao không có lấy một hoa thật vàng

22-04-2015

yuugao ya
ki ni sakitaru mo
arubekari

Why should there
never be yellow
moonflowers   [**WM-TL** số 385 trang 104]

147

Quay nhìn hướng khác đi thôi
Vườn dưa có chú mèo ngồi gặm hoa

22-04-2015

yuugao no
hana kamu neko ya
yoso-gokoro

Mind somewhere else
a cat is chewing a flower
of the bottle gourd   [**WM-TL** số 386 trang 105]

148

Sân chùa rải rác đá ong
Như hoa sen nổi giữa lòng ao xuân

22-04-2015

tobi-ishi mo
mitsu yotsu
hasu no ukiha kana

Here and there three or four
stepping stones
like floating lotus leaves   [**WM-TL** số 387 trang 105]

149

Ngắm hoa sen, xót lá vàng
Ngún tàn thuốc, khói vẫn bàng bạc lên

22-04-2015

suigara no
ukiha ni keburu
hasu-mi kana

At a lotus viewing
tobacco ash on a floating leaf
smoke still rising from it   [**WM-TL** số 389 trang 105]

150

Đóa sen trắng nõn, thế là
Thiền sư đã chọn ngươi mà cắt đi

22-04-2015

byakuren o
kiran tozo omou
sou no sama

One white lotus flower
the priest seems to have decided
to cut it   [**WM-TL** số 390 trang 106]

151

Áo thiền sư tịnh không lời
Cả hương sen cũng nín hơi lặng chờ

22-04-2015

usumono ni
saegiru hasu no
nioi kana

The sheer silk
interrupts the scent
of the lotus   [**WM-TL** số 392 trang 106]

152

Giọt mưa rơi xuống từ trời
Đó là chứng quả cho người niệm kinh

22-04-2015

ootsubu na
ame wa inori no
kidoku kana

No doubt these big raindrops
are the fruit
rewarding prayers   [**WM-TL** số 395 trang 107]

153

Tiếng dân làng dưới trăng hè
Giục nhau lùa nước tràn về ruộng sâu

22-04-2015

yomizu toru
satobito no koe ya
natsu no tsuki

At night under the summer moon
voices of villagers channeling
water into rice paddies   [**WM-TL** số 396 trang 107]

154

Đêm qua sét đánh sập lều
Nhưng hoa dưa vẫn nở đều dưới trăng

22-04-2015

kaminari ni
koya wa yakarete
uri no hana

Lightning destroyed
the melon shed
but the flowers are still blooming
             [**WM-TL** số 401 trang 108]

155

Chúng mình quen đã từ lâu
Tặng thơ nào dám viết câu vội vàng

22-04-2015

higoro naka
yoku te hajiaru
sumai kana

We have been friends for so long
I would be embarrasses to send back
something done in a hurry   **[WM-TL** số 480 trang 130**]**

156

Rừng không mạch, vách không tai
Bốn bên còn đánh giấc dài qua đông

27-06-2018

waga iono
kabeni miminashi
fuyugomori

My house's walls
Have no ears
Winter hibernation.   **[TS-WN** số 843 trang 226**]**

Ao Sâu Đã Chớm Sang Hè
thơ Kobayashi Issa

Theo Thuần Ngọc, Kobayashi Issa (1763-1827), hay Nhất Trà, sinh tại Kashiwabara, Shinano mà ngày nay thuộc thành phố Shinano-machi, quận Nagano. Ông bắt đầu viết thơ Bài Cú vào năm 25 tuổi. Đi làm việc ở nhiều nơi như Kyoto, Osaka, Nagasaki, Matsuyama và các thành phố khác ở phía Tây Nhật bản. Đến năm 1814, ông về lại quê nhà ở Kashiwabara và trở thành thủ lãnh trường phái thơ Bài Cú ở vùng Shinano. Trong thơ, ông dùng các tiếng địa phương và nhiều từ thông dụng hàng ngày. Thơ Bài Cú của ông phảng phất buồn vì đời sống gia đình của ông rất đau thương. Ông lập gia đình khi đã 51 tuổi, nhưng tất cả bốn người con của ông đều mất rất sớm.

157

Lo chi cho nhọc xác già
Mấy khi ta quét dọn nhà, nhện ơi

05-08-2013

Don't worry, spiders
I keep house
casually					[**RH** trang 153]

158

Cứ vo ve suốt đêm ngày
Muỗi ơi ngươi tưởng già này điếc sao

16-08-2013

Mosquito at my ear
does it think
I'm deaf					[**RH** trang 155]

159

Đứng trên nắp chảo dầu sôi
Còn hao hức ghẹo hoa khôi bên đường

09-04-2015

In this world
we walk on the roof of hell
gazing at flowers				[**RH** trang 158]

160

Dân làng, chưa biết vàng thau
Chứ bù nhìn, thấy rõ màu kẻ gian

09-04-2015

Don't know about the people
but all the scarecrows
are crooked   **[RH** *trang 162]*

161

Lao theo hương phấn gọi mời
Gã thiêu thân cháy rụi đời phong lưu

09-04-2015

This moth saw brightness
in a woman's chamber
burnt to a crisp   **[RH** *trang 163]*

162

Ruồi ơi, ta nếu còn hào
Đã mời thêm bạn ngươi vào nhậu chung

09-04-2015

If the times were good
I'd ask one more of you to join me,
flies   **[RH** *trang 164]*

163

*Miệng thời luôn niệm Thích Ca
Tay thời đập muỗi chưa tha con nào*

09-04-2015

*All the time I pray to Buddha
I keep on
killing mosquitoes*   **[RH** *trang 165]*

164

*Đã bốn mươi chín năm dài
Bước trăng hoa cứ phí hoài tuổi xuân*

09-04-2015

*The moon and the flowers
forty-nine years
walking around, wasting time*   **[RH** *trang 166]*

165

*Một mình ngồi giữa hư không
Với con ruồi. Đủ mênh mông chưa người?*

09-04-2015

*One human being
one fly
in a large room*   **[RH** *trang 167]*

166

Nhìn lên kìa ráng trời hồng
Ốc sên kia hỡi, thỏa lòng mi chưa?

09-04-2015

Red morning sky
snail
are you glad of it?   [**RH** trang 168]

167

Ngủ trưa đến quá nửa ngày
Chả ai dám bảo cụ này hư ghê

09-04-2015

Napped half the day
no one
punished me   [**RH** trang 170]

168

Nàng ru bé ngủ say rồi
Giờ trăng soi bóng nàng ngồi giặt tơ

28-04-2015

She's put the child to sleep
and now she washes clothes
under the summer moon   [**RH** trang 170]

169

Chưa thành Phật, đã làm sao
Cội thông già cứ chiêm bao, ngại gì

16-08-2013

Not yet become a Buddha
this ancient pine tree
dreaming   **[RH** *trang 170]*

170

Cánh diều lộng gió trời xanh
Vút lên từ chính tay anh ăn mày

16-08-2013

That gorgeous kite
rising
from that beggar's shack   **[RH** *trang 171]*

171

Chợt nghe tiếng dế vang rền
Đâu từ bụng gã bù nhìn vọng ra

06-07-2018

Cricket
chirping
in a scarecrow's belly   **[RH** *trang 172]*

172

Nhìn từ góc rất bao dung
Mặt ta vẫn thấy lạnh lùng làm sao

06-07-2018

Even considered
in the most favorable light
he looks cold   [**RH** trang 172]

173

Dí tay, thương chú rận gầy
Vì ta ốm đói nên mày trơ xương

16-03-2015

Fleas in my hut
it's my fault
you look so skinny   [**RH** trang 174]

174

Bóng râm, gió mát, ngủ khò
Thẹn nghe tiếng thợ cấy hò đồng sâu

16-03-2015

Napping at midday
I hear the song of rice planters
and feel ashamed of myself   [**RH** trang 180]

175

Cỏ non, ta muốn lăn vào
Vui lòng dời gót ngọc nào, dế ơi

16-03-2015

I'm going to roll over
so please move
cricket   **[RH** *trang 181]*

176

Chó già hăm hở chạy đầu
Dẫn ta viếng mộ tình sầu năm xưa

06-07-2018

Visiting the graves
the old dog
leads the way   **[RH** *trang 182]*

177

Vấn lương tâm một chiều đông:
Bất tài, vô tướng - à, không tội gì!

16-03-2013

No talent
and so no sin
a winter day   **[RH** *trang 184]*

178

Gã chim cu hót không ngừng
Gọi ta, gọi núi, gọi rừng, gọi ta

07-04-2015

The cuckoo sings
to me, to the mountain
to me, to the mountain   **[RH** trang 184**]**

179

Lỗ, khe trên mảng tường nghèo
Vi vu sáo gió một chiều cuối thu

07-04-2015

The holes in the wall
play the flute
this autumn evening   **[RH** trang 185**]**

180

Cái đời ô trọc chán òm
Muỗi gầy, bọ đói, trẻ còm trơ xương

07-04-2015

This stupid world
skinny mosquitoes, skinny fleas,
skinny children   **[RH** trang 185**]**

181

Thế là kể tự hôm nay
Vốn thu đã trọn, lãi ngày lãi đêm

07-04-2015

From now on
it's all clear profit
every sky   **[RH** trang 186**]**

182

Những con đỉa biển thật kỳ
Cố nhìn chẳng thấy chút gì Việt Nam

16-03-2015

These sea slugs
they just don't seem
Japanese   **[RH** trang 186**]**

183

Ốc sên thức ngủ điều hòa
Ngày đêm chả có gì là rình rang

07-04-2015

The snail gets up
and goes to bed
with very little fuss   **[RH** trang 188**]**

184

*Những đêm hè của đôi mình
Các vì sao cũng tự tình đó em*

16-03-2015

*Summer night
even the stars
are whispering to each other*   **[RH** *trang 189]*

185

*Ngày Mùng Một quả là sang
Cả đàn vịt cãi nhau vang ao bèo*

16-03-2015

*New Year's morning
the ducks on the pond
quack and quack*   **[RH** *trang 190]*

186

*Ao sâu đã chớm sang hè
Hơi xuân còn luyến lưu bè rong xanh*

07-04-2015

*The spring days
lingers
in the pond*   **[RH** *trang 191]*

187

Bóng ta cũng mặc áo già
Mang hình diệu pháp đậm đà dáng xuân

04-07-2018

kageboshi mo
mame sakusai de
kesa no haru

Mon ombre elle aussi
est au meilleur de sa forme
matin de printemps [JTC số 1]

188

Dịu dàng ánh mắt thiền sư
Nhìn xuyên thấu cả tâm tư giậu bìm

04-07-2018

nodokasa ya
kakima o nozoku
yama no so

Une grande paix
son regard perce la paix
moine de montagne [JTC số 2]

189

Trời trưa một bóng trăng mờ
Vắt ngang núi, giữa vật vờ khói mây

04-07-2018

nodokasa ya
asama no kemuri
hiru no tsuki

Un calme parfait
fumée du mont Asama
lune de midi   [**JTC số 3**]

190

Ngày dài tiếp nối ngày dài
Tuổi già dằng dặc lê hoài kiếp đau

04-07-2018

oinureba
hi no nagai ni mo
namida kana

Lorsque l'on vieillit
même la longueur des jours
est source de larmes   [**JTC số 4**]

191

Mù sương phủ kín hiên ngoài
Chẳng qua những tiếng thở dài cõi trên

04-07-2018

kasumu hi ya
tazo tennin no
otaikutsu

Ah! jour de brouillard
pour les esprits célestes
c'est l'ennui sans doute   [JTC số 5]

192

Bãi chiều chuột nhỏ rướn chân
Uống từng ngụm nước mưa xuân sông Hàn

04-07-2018

harusame ya
nezumi no nameru
sumida gawa

Pluie de printemps
une souris lapant l'eau
fleuve Sumida   [JTC số 6]

193

*Mái chùa tuyết bám từ lâu
Vụng tay rơi những giọt ngâu vắn dài*

06-07-2018

io no yuki
heta na keshiyo
shitarikeri

*Maladroitement
la neige sur l'ermitage
fond goutte après goutte*   *[JTC số 7]*

194

*Vào xuân mặt tuyết vừa tan
Khắp thôn nở rộ trăm ngàn trẻ thơ*

06-07-2018

yuki tokete
mura ippai no
kodomo kana

*La neige fondant
le village tout entier
s'est rempli d'enfants*   *[JTC số 8]*

195

Nở chi nở mãi hoa đào
Đến Như Lai cũng chán, vào ngủ thôi

07-07-2018

kourusai
hana ga saku tote
ne shaka kana

Comme fatigué
par les cerisiers en fleurs
Bouddha endormi   **[JTC số 9]**

196

Cùng ta, dưới ánh trăng rằm
Trên bàn đá, chén rượu nằm - say thu

04-06-2018

名月や石の上なる茶わん酒

meigetsu ya ishi no ue naru cha wan sake

harvest moon
on a stone a tea cup
filled with sake   **[DL]**

197

Cày trên sỏi đá lưng đồi
Bên rừng lộng gió tơi bời hoa bay

11-07-2018

畠打やざぶりと浴る山桜

hata uchi ya zaburi to abiru yama-zakura

plowing the field--
a shower of mountain
cherry blossoms [DL]

198

Quanh đèo suối uốn lưng ong
Chiều say dưới bóng hoàng phong u nhàn

30-07-2018

谷川の背に冷つくや夕紅葉

tanigawa no
se ni hiyatsuku ya
yûmomiji

cooling the back
of the valley stream...
evening's red leaves [DL]

Sóng Xuân
thơ Masajo Suzuki

Masajo Suzuki (1906-2003) là một trong những nhà thơ nổi tiếng nhất của Nhật Bản về thơ tình Bài Cú. Cuộc đời tình ái nhiều truân chuyên, trải qua hai đời chồng không có hạnh phúc, còn một mối tình ngoại hôn bền vững lại phảng phất trong vô số thơ tình của bà. Tác phẩm duy nhất được dịch ra Anh Ngữ là tập thơ Love Haiku gồm 7 quyển với 150 bài thơ do Lee Gurga và Emiko Miyashita tuyển chọn. Thật ra, 7 quyển này được rút ra từ 7 tập thơ với tất cả 2576 bài thơ tình của Masajo Suzuki. Trong bản tiếng Việt này, người soạn chỉ sử dụng 3 quyển trong Love Haiku, phóng tác theo nguyên tác tiếng Nhật, có tham khảo bản tiếng Anh. Đây là một bài tiêu biểu rút từ quyển *Sóng Xuân* (April Waves):

199

Em không theo lối con nhà
Đời như ánh đóm, thoạt xa, thoạt gần

hotarubi ya on'na no michi wo fumihazushi

firefly light
I step off the path
of woman's virtue

Quyển I - Lồng Tre
Ikesukago

200

Xuân sang bầy nhạn đi rồi
Đôi khi nghĩ uổng công trời sinh ta

13-07-2018

umarezaseba to omou toki kari kaeru

when I think
I should never have been born
departing geese   trang 22

201

Vuột tay tháo nhẫn năm nào
Thả lên bàn phấn. Hoa đào bay bay.

13-07-2018

kyōdai ni nukishi yubiwa ya hana no ame

on the dressing table
the ring removed from my finger
cherry blossom rain   trang 22

202

Đành ngồi bẹp cởi khăn quàng
Ngắm hoa về mệt thôi chàng, biết sao

14-07-2018

suwaritaru mama obi taku ya hanazukare

without standing up
I untie my obi
blossom viewing fatigue   trang 23

203

Nhặt viên sỏi vụn trong hồn
Ném xa, rớt lại nỗi buồn bên ta

23-07-2018

haru sabishi nami ni todokanu ishi wo nage

spring loneliness
it falls short of the surf
this stone I toss   trang 23

204

Sầu xuân, sẻ, quạ nhiều lời
Ta càng chải chuốt mặc đời thị phi

14-07-2018

hito no soshiri shitte no haru no urei kana

people's censure
I know all about it
sorrow in spring   trang 24

205

Nghiệp trần có lúc phong ba
Đã như nuốt chửng thuyền ta bao đời

14-07-2018

aru toki wa fune yori takaki unami kana

at one time
rising above the boat
April Waves   trang 24

206

Chẳng thèm ghen với chồng em
Mảnh khăn quàng áo nhiều đêm hơn chàng

14-07-2018

natsuobi ya tsuma e no shiito sarani naku

summer obi
jealous of my husband?
never!   trang 25

207

Lửa bùng hút cánh thiêu thân
Như vai anh hút nhụy xuân em kìa...

09-07-2018

higa maeri yoki eriashi wo moteru hito

a moth dance into the flame
the nape of the man's neck
draws me in   trang 25

208

Khoác chi manh áo lụa nhàu
Cho tình vụng trộm gieo sầu thế gia

14-07-2018

usumono ya hito kanashimasu koi wo shite

sheer summer kimono
it pushes them into misery
this love of mine   trang 26

209

Nhớ hoài cái phút đang tâm
Đốt con sâu róm chẳng thâm thù gì

23-07-2018

arutoki no kokoro no mugoku kemushi yaku

that one time
my heart so merciless
I burned a hairy caterpillar   trang 27

210

Đưa tay sờ ngực gầy mòn
Vẫn nghe lửa ấm cháy giòn sớm thu

14-07-2018

te wo noseshi mune no ususa ya kesa no aki

I touched my chest
and felt its thinness
autumn's first morning   trang 27

211

Thư anh giấu áo ngực mềm
Nghe hừng hực lửa cháy niềm tương tư

09-07-2018

futokoro ni tegami kakushite hinataboko

your letter concealed
in my kimono's breast pocket
basking in winter sun   trang 28

212

Ách chồng, con, nối ách cha
Tam cương ép nát đời hoa còn gì

10-07-2018

onna sangai ni ie naki yuki no tsumori keri

in these three worlds
a woman is never at home
snow on snow on snow   trang 28

Quyển IV - Ánh Đóm Hoàng Hôn
Yūbotaru

213

Tuyết xuân, ôi, quá vô tình!
Dỗ mình, ta lại dỗ mình, buồn chi...

25-07-2018

dokugo mata onore nagusamu haru no yuki

talking to myself
consoling myself once more
snow in spring   *trang 66*

214

Nếu như ngày ấy lại về
Ta không ngại nữa, ta thề... buông tay...

25-07-2018

kano koto no moshi mo kaeraba atatakashi

that memory
if it comes to life again
warmth within me   *trang 66*

215

Ngoài kia sương đã vây màn
Về thôi, dựng quán uống tràn đêm xuân

25-07-2018

oboroyo ya apaato no kagi mise no kagi

hazy night
the key to my apartment house
the key to my pub   trang 67

216

Đang trong mùa mận, mưa dầm
Dằng dai đến thế, ai ngầm giật dây?

25-07-2018

tsuyu fukashi miezaru ito wo dare ga hiku

deep plum rain
this invisible string
who is pulling it?   trang 67

217

Ai xưa thơ ghẹo chim lồng
Giờ chim bay, chẳng một dòng tin sương

26-07-2018

hotarukago mirarete waruki tegami mo kozu

firefly in a cage
clandestine letters
come no more   trang 68

218

Mình em thức với u hoài
Vùi đầu trên gối lệ dài hơn đêm

26-07-2018

aru yo hitori naite nuka made natsubuton

that night sobbing alone
up to my forehead
in the summer sheets   trang 68

219

Vén màn, nhận tội cướp người
Chứ chưa cướp của, đừng cười cợt em

26-07-2018

hito wa musumedo mono wa nusumaz
                              sudare maku

I have stolen a man
but never a thing of value
I roll up the bamboo blind   trang 69

220

Đôi lần em cũng phỉnh anh
Thả viên đường ngọt cho thanh chén tình

28-07-2018

shiratama ya aisu hito nimo uso tsuite

sweet rice dumplings
even to my love
a little white lie   trang 69

221

Bọt bia trào miệng ly rồi
Đời không hối tiếc là đời bỏ đi

28-07-2018

kui naki sei ari ya biru no awa koboshi

without regret
is such a life possible?
beer foam overflowing   trang 70

222

Khi chàng thấy ráng chiều hôm
Là em trong bếp nấu cơm cho chồng

28-07-2018

yûyake ya moshi tsumu araba kuriyazuma

evening glow
I would be in the kitchen
for my husband   trang 70

223

Bên bờ sông gội tóc mây
Ngân Hà vằng vặc, đắng cay nát lòng

28-07-2018

amnogawa kokoro kawakeba kamiarai

river of heaven
my heart so parched
I wash my hair   trang 71

224

Mỗi khi nhuộm tóc mượt mềm
Lại nghe thu đắng lấn thêm góc đời

28-07-2018

on'na no aki kami someagete uraganashi

woman's autumn
as I finish dying my hair
heartache seeps in   trang 71

225

Bên hè tiếng dế rền vang
Nhớ hoài đêm ấy tay chàng lạnh sao

27-07-2018

kôrogi ya aru yo tsumetaki otoko no te

crickets
the man's hands
cold on that night   trang 72

226

Chán đời, gió thét, gió gào
Đời em vô vị, dám nào hé môi

28-07-2018

hagi ni kaze nari kono tameiki wa kedorarezu

the wind whistles
through the bush clover
my sigh unheard   trang 72

227

Thức cùng tiếng hót chim sâu
Tóc mây vẫn gọn ghẽ câu chung tình

27-07-2018

mozu ni mezame tabi totemo kami midasumaji

waking to a shrike's cry
on this journey my hair
never in disarray   trang 72

228

Cá đừng hòng buốt tay ta
Ngươi đâu đã lạnh bằng da thịt này

27-07-2018

niyotai hiyu shi'ireshi uo no sore yorimo

my woman's body
colder than the fish
I keep on hand   trang 73

229

Đông sầu gợi giấc trà mi
Nào khi siết ngọc, nào khi trao mình

28-07-2018

fuyumoya no kanata ya daku mo dakareshi mo

winter mist
memories of embracing
and being embraced   trang 74

230

Son hồng không chỉ tô môi
Còn che giấu cả lòng tôi úa sầu

28-07-2018

kan beni ya kokoro no yami wa nozokarezu

midwinter rouge
my heart's darkness
cannot be discerned   trang 74

Quyển VII - Hoa Tím Mộc Liên
Shimokuren

231

Dịu dàng giấc mộng xuân phai
Đêm liền đêm chẳng hề sai phân nào

11-07-2018

haru no yume samete ashita mo kono yume wo

spring dream
I come out of it and tomorrow
this dream again   trang 102

232

Tình ta đã bỏ ta rồi
Một đàn bướm lượn rối bời quanh ta

11-07-2018

koi usete chô no motsure wo mite worinu

love is gone
entangled butterflies
in front of me   trang 102

233

Trà hoa rụng đóa huyết hồng
Chặn không cho kẻ phụ lòng về qua

11-07-2018

ochi tsubaki tsumi aru mono wo tôsenbo

fallen camellias
barring the way of someone
who has sinned   trang 103

234

Sau vườn lửa đóm mong manh
Nguyện đêm đêm ngắm, cùng anh, trọn đời

11-07-2018

hôtaru wo inochi azukeshi hito to miru

fireflies
the man I trust my life with
we gaze together   trang 103

235

Đêm không trăng, lẫn đêm rằm
Vẫn tà lụa mỏng ướt dầm yêu đương

11-07-2018

yukata kite yamiyo tskiyo to ai tuzuke

in our yukata
inky nights moonlit nights
are all for love   trang 104

236

Qua cầu, thôi, hết nguyện cầu
Nhờ ngôi sao lạc vớt sầu cho em

11-07-2018

inoru koto shiranu on'na ni hoshi nagare

for a woman
unable to pray...
a falling star   trang 105

237

Cả con bướm cũng ậm ừ:
Chiêm bao, hay ảo giác, từ thu xưa?

11-07-2018

kano koto wa yume maboroshi ka aki no chô

were they dreams
or were they illusions
autumn butterflies   trang 105

238

Hoa đồng cỏ nội phất phơ
Dấu xưa hẹn cũ bơ vơ tìm về

11-07-2018

kusa no hana tôki kioku no yomigaeri

grass flowers
distant memories
return to me   trang 106

239

Trời thu cao vút mây lành
Tình yêu bát ngát, đây, hành trang em

11-07-2018

ten takaku motte moraishi tabi kaban

lofty sky
my love carries
my travel bag   trang 106

240

Giữa thu thiền giấc bềnh bồng
Trên bờ cát ướt dụi lòng tay êm

11-07-2018

nuresuna ni shuushi no tegata oshi ni keri

autumn meditation
a hand pressed into
wet sand   trang 107

241

Gió thu bãi vắng hẹn hò
Run run tay nhặt mảnh sò không tên

11-07-2018

aki kaze ni hiroishi kaino na wa shirazu

autumn wind
I picked up a shell
its name unknown   trang 107

242

Hình như có tiếng thì thầm
Sau lưng, một trận gió ngầm tạt qua

13-07-2018

hitogoe no ushiro yori kuru nowaki kana

someone's voice
from behind me
autumn gale   trang 108

243

Đầu năm hồi hộp không ngờ
Chờ hừng đông đến như chờ người yêu

13-07-2018

hatsu hino de matsu tokimeki wa koi ni nite

first sunrise
I wait with a fluttering heart
as if in love   trang 108

244

Vắng em Tết cũng u hoài
Nhớ em chỉ biết miệt mài đọc thơ

13-07-2018

yomizome no otoko go rusu wo azukarinu

first reading
while I am away from home
it's all he does   trang 109

245

Áo xiêm tha thướt duyên ngầm
Nữ Hoàng Băng Giá gieo mầm tương tư

13-07-2018

yuki on'na koi no tekuda wa shiri tsukusi

Snow Lady
the wiles of love
are her domain

Mỗi Trời Một Thu

Trong tập này là phần phóng tác thơ của nhiều tác giả, mở đầu với thơ của Masaoka Shiki và Momoko Kuroda, tất cả được chép từ nhiều thi tập khác nhau.

thơ Masaoka Shiki

Masaoka Shiki (1867 – 1902), hay Tử Quy, là một nhà thơ và nhà phê bình văn học dưới thời Minh Trị Thiên Hoàng. Ông được coi là một trong bốn nhà thơ Bài Cú quan trọng nhất của Nhật, cùng với Bashō, Buson, và Issa. Shiki cũng được coi là có công phục hồi được vận mệnh lối thơ ngắn của Nhật Bản và tạo cho nó một thế đứng vững vàng trong thời hiện đại. Ông chủ trương Bài Cú cũng là một trường phái thơ chính quy, xứng đáng có vị trí độc sáng trong dòng văn học Nhật Bản.

246

Anh đi, em ở, thật rồi...
Mỗi người một ngã, mỗi trời một thu

22-06-2012

行く我にとゞまる汝に秋二つ

yuku ware ni todomaru nare ni aki futatsu

I going
You remaining
Two autumns   [JR - bản dịch R.H. Blyth]

247

Ghé răng cắn múi cam sành
Nghe vang dội trống chiêng thành Cổ Loa

23-07-2018

kaki kueba kane ga naru nari horyuji

I bite into a persimmon
and a bell resounds
Hōryūji   [JR - bản dịch Janice Brown]

248

Ra sân gài cổng, đâu ngờ
Đứng im nghe ngóng hàng giờ ếch kêu

23-07-2018

mon shime ni dete kiite oru kawazu kana

Coming out to close the gate
I end up listening
to frogs   [JR - bản dịch Hiroaki Sato]

249

Tôi đang ru giấc mơ hồng
Nếu ai đập muỗi, vui lòng nhẹ tay

23-07-2018

nemuran to su nanji shizuka ni hae o ute

I'm trying to sleep
go easy
when you swat flies   [JR - bản dịch Burton Watson]

250

Tớ là người thích ăn cam
Tình cờ cũng thích thơ dăm ba bài

23-07-2018

kakikui no hokku suki to tsutau beshi

Tell them
I was a persimmon eater
who liked haiku   [JR - bản dịch Burton Watson]

251

Quay lưng lại Phật, ta ngồi
Ngắm trăng vằng vặc giữa trời bao la

23-07-2018

mihotoke ni shini mukeoreba tsuki suzushi

I've turned my back
On Buddha
How cool the moon!   [JR - bản dịch Alex Kerr]

252

*Đời ta còn được bao ngày
Hay là chỉ một đêm dày thoáng qua*

31-07-2018

餘命いくばくかある夜短し

yomei ikubaku ka aru yo mijikashi

how much longer
is my life?
a brief night...   [JR - bản dịch Janine Beichman]

253

*Giết xong nhện, tiếc vô cùng:
Giờ ta đêm lạnh muôn trùng tịch liêu*

31-07-2018

kumo korosu ato no sabishiki yosamu kana

Welche Einsamkeit,
als die Spinne erschlagen.
Eine kalte Nach   [bản dịch Thomas Hemstege]

thơ Momoko Kuroda

Kuroda Momoko (1938-) là nhà thơ Bài Cú đương thời rất nổi tiếng ở Nhật, nhưng chưa có nhiều tác phẩm được dịch sang ngoại ngữ để giới thiệu với độc giả thế giới. Những bài thơ sau đây của bà được trích từ tác phẩm của nhà ngoại giao Abigail Friedman, vừa dịch sang tiếng Anh vừa giải thích cặn kẽ từng bài thơ một. Lời khuyên của Momoko dành cho những người bắt đầu viết thơ Bài Cú: "viết thật nhiều, rồi bỏ đi hầu hết, chỉ chọn giữ lại những gì gần gũi nhất với cảm hứng mà mình muốn diễn đạt".

254

Bãi gần, bọn trẻ tắm trâu
Bãi xa, áo cánh yếm nâu nhúng mình

31-07-2018

mokuyoku no sari o tōku ushihiyasu

cooling off the cows
and in the distance a woman in a sari
bathes in the river [AF]

255

Thiền sư không mặc áo già
Muôn ngàn ánh đóm chói lòa quanh thân

31-07-2018

Kūkai no ragyō hotarubi matoi keri

Kūkai's bare figure
clothed by the light
of fireflies   **[AF]**

256

Mẹ đi, thoát cõi ưu phiền
Nỗi buồn con cũng xa miền khói sương

31-07-2018

haha no nageki no tōzakaru shigure niji

my mother's grief
now so far in the distance
misty rainbow   **[AF]**

257

Lối đời xuôi ngược bon chen
Đã quen sấm động, đã quen đường dài

31-07-2018

kono yu nite inazuma ni nare tabi ni nare

in this life, I've grown
accustomed to the lightning
accustomed to the journey   **[AF]**

258

Câu xong cá đối, ông về
Một bầy đom đóm nhất tề bay theo

31-07-2018

ayu tsutte kitaru rōjin hotaru yobu

back from ayu fishing
the old man
attracts fireflies   [AF]

259

Khoai môn nướng cháy thơm vàng,
Dĩa sành sứt mẻ, lại càng ngon hơn

31-07-2018

imogushi no sukoshi kaketaru kiseto kana

skewered taro
the yellow Seto ware
slightly chipped   [AF]

thơ các Tác Giả Khác

260

Bướm đang mơ giấc điệp nào
Mà tung tăng cánh len vào mộng xuân?

23-07-2018

choochoo ya nani o yume mite hanezukai

thơ Kaga no Chiyo

The butterfly
What are the dreams that make him
Flutter his wings?   [**FB** - Donald Keen]

261

Bìm bìm quấn chặt gàu ta
Thôi đành xin nước giếng nhà kế bên

18-07-2018

asagao ni tsurube torarete morai mizu

thơ Kaga no Chiyo

morning glory
the well-bucket entangled
I ask for water
          [**FB** - Patricia Donegan & Yoshie Ishibashi]

262

Xế chiều tuyết vẫn còn rơi
Mà chân núi đã đầy vơi sương mù

18-07-2018

yuki nagara yamamoto kasumu yuube kana

thơ Iio Soogi

Snow yet remaining
The mountain slopes are misty
An evening in spring   [**FB** - Donald Keen]

263

Mọp tay sát đất thế mà
Vẫn hô "vạn tuế" được à, ếch ơi?

18-07-2018

te o tsuite uta mooshiaguru kawazu kana

thơ Yamazaki Sookan

hands to the floor
offering up a song
the frog   [**FB** - William J. Higginson]

264

Núi cao trùng điệp hoa đào
Sững nhìn, chỉ thế khẽ gào "trời ơi!"

18-07-2018

kore wa kore wa to bakari hana no yoshino yama

thơ Yasuhara Teishitsu

Uttering only
"Oh! Oh! Oh!" I roam over
Yoshino hill ablow [**FB** - Inazō Nitobé]

265

Đêm mơ bị chém ngang người
Sáng nhìn dấu rận, ôi trời! thật sao?

23-07-2018

kiraretaru yume wa makoto ka nomi no ato

thơ Takarai Kikaku

that dream I had
of being stabbed - was for real
bitten by a flea [**FB** - Steven D. Carter]

266

Sơn ca, cu ngói vang lừng,
Bên trầm. bên bổng. giữa rừng, dọc - ngang

23-07-2018

ホトトギス なくやひばりの 十文字

hototogisu naku ya hibari no juumonji

thơ Mukai Kyorai

The cuckoo sings
at right angles
to the lark   [**FB** - Burton Watson]

267

Lại đây nào, lại đây nào!
Thờ ơ, đom đóm lượn vào lượn ra

23-07-2018

koi koi to iedo hotaru ga tonde yuku

thơ Uejima Onitsura

Although I say
Come here! Come here! the fireflies
keep flying away   [**FB** - Harold Gould Henderson]

268

Bên bờ giếng, cội hoa đào
Hiểm nguy đang đợi kẻ nào say sưa

23-07-2018

idobata no sakura abunashi sake no ei

thơ Ogawa Shushiki

The cherry by the well
is dangerous
for one dunken on wine   **[FB** - Hiroaki Sato]

269

Gối bông lớp lớp bên rào
Dồn xong, phơi gió, vui nào vui hơn

31-07-2018

dono ie mo mina shiawase ya hoshibuton

thơ Takahama Kyoshi

whatever the home
all is happiness
airing the futon   **[AF** - Abigail Friedman]

270

*Cô đơn tiếng quạ vô tình
Nhắc ta cũng nhớ chính mình lẻ loi*

31-07-2018

karasu naite watashi mo hitori

thơ Taneda Santōka

*Un corbeau croasse
moi aussi
je suis seul*   [**HB** - Henri Brunel]

271

*Ồ kìa, ánh đóm sau nhà,
Muốn quay sang kể... nhưng mà...*
                                  quạnh hiu

31-07-2018

飛ぶ蛍 あれとじゅわんも 一人哉

tobu hotaru areto yuwan mo hitori kana

thơ Tan Taïgi

*Voilà les lucioles
voudrais-je dire à quelqu'un
mais je suis seul*   [**HB** - Henri Brunel]

Thay Lời Kết

Qua phần thơ Việt sáng tác theo thể Bài Cú trong chương *Sương Núi Xuống Bên Hồ*, rồi phần phóng tác thơ Bài Cú Nhật thành thơ Lục Bát Việt trong các chương tiếp theo, có lẽ bạn đọc đã phần nào cảm nhận được sự tương đồng cũng như tương phản giữa **Bài Cú** với **Lục Bát**, một thể thơ ngắn có mặt trong phần lớn kho tàng Ca Dao Việt Nam. Một bên có ba câu, 17 âm, cô đọng, lơ lửng, ý tại ngôn ngoại, một bên có hai câu, 16 âm, nhưng dạt dào tình ý ngay trong ngôn ngữ.

Thuần Ngọc, trong tập biên khảo *Thơ Bài Cú*, lại có ý so sánh Bài Cú với lối thơ **Ngũ Ngôn Yết Hậu**, như trong hai bài sau đây của Phạm Thái:

Cứ nghĩ rằng mình ngắn
Ai ngờ cũng dài đườn
Thế mà còn chê trạch
Lươn!

Một năm mười hai tháng
Một tháng ba mươi ngày
Hũ lớn cạn, hũ bé cạn
Hay!

Trong tập biên khảo nói trên, Thuần Ngọc cũng đối chiếu Bài Cú với điệu **Từ** ngắn nhất của Trung Hoa. Từ có rất nhiều điệu, mà điệu ngắn nhất là Thương Ngô Dao (còn gọi Thập Lục Tự Lệnh) chỉ có 16 chữ, như trong hai bài sau:

天
休使圓蟾照客眠
人何在
桂影自嬋娟

Thiên
Hưu sử viên thiềm chiếu khách miên
Nhân hà tại
Quế ảnh tự thiền quyên

thơ Thái Thân

秋
雨惨霜寒起弄舟
圆月远
故国亦悠悠

Thu
Vũ thảm sương hàn khởi lộng chu
Viên nguyệt viễn
Cố quốc diệc du du

Không rõ tác giả

Hay bài Từ bằng tiếng Việt sau đây:

Trông
Cách biệt nhau rồi nhớ nữa không
Xa xôi quá
Kỷ niệm chết trong lòng

thơ Vũ Thanh Tùng trong Xuân Như tạp lục

Cách đây hơn 100 năm, nhà thơ Hoa Kỳ Adelaide Crapsey đã dựa vào Bài Cú để sáng tạo một thể thơ mới gọi là **Cinquain**, có năm câu với tất cả 22 âm tiết theo cấu trúc 2-4-6-8-2, điển hình là hai bài sau:

November Night

Listen...
With faint dry sound,
Like steps of passing ghosts,
The leaves, frost-crisp'd, break from the trees
And fall.

Đêm Thu

Lắng nghe
Những tiếng mơ hồ
Như từng bước giữa hư vô
Của bao chiếc lá giòn khô lìa cành
Rơi nhanh

06-10-2018
bản dịch NK

Release

With swift
Great sweep of her
Magnificent arm my pain
Clanged back the doors that shut my soul
From life.

Giải Thoát

Nén hơi
Hết sức lấy đà
Nỗi đau vung cánh tay ngà
Bật tung cửa nhốt hồn ta ngục hình
Hồi sinh

06-10-2018
bản dịch NK

Nhưng phải nhìn nhận rằng chưa có một thể thơ rất ngắn nào thành công trong việc lan truyền rộng rãi trên thế giới, thâm nhập vào mọi nền văn hóa khác, như Bài Cú của Nhật Bản.

Với nhận định đó, hy vọng tập sách nhỏ này đã mang lại một ít niềm vui quốc tế cho bạn đọc, cũng như việc biên soạn tập sách đã mang lại không ít niềm vui cho chính người soạn.

Chú Thích

Một số thơ Việt Ngữ trong tập này được đánh số thứ tự, ghi ngay sau tựa đề của từng bài hoặc ngay đầu bài nếu không có tựa. Con số trong các Chú Thích dưới đây là số thứ tự của những bài thơ đó.

2.
tựa là tên một bài thơ của Nguyễn Bính

8.
nguyên bản viết bằng tiếng Anh
Coming Home

> Some as names on The Wall
> Some as stars in the sky
> But all have returned

07-29-2006

9.
viết theo Julie Lechevsky

> I wish I could grow like a dandelion,
> from gold to thin white hair,
> and be carried on a breeze
> to the next yard

10.
tựa là lời bài hát *Chuyển Bến* của Đoàn Chuẩn - Từ Linh "còn đêm nay nữa ta ngồi với nhau"

11.
trên bàn cờ "Vua" 64 ô đen trắng, đôi khi Vương (King) phải nhập thành (castle) để tránh tai họa, trong khi Hậu (Queen) luôn là quân cờ hùng mạnh, ngang dọc mọi nơi.

14.
bài này đã được dịch sang tiếng Anh và đăng trong Hello Poetry:

Night. Day. Night. Day. Night.
Dawn. Noon. Dusk. Slow. Dull. Rotting.
Days long. Nights endless.

13.
TT Mỹ Clinton đến Việt Nam, dự thánh lễ tại nhà thờ Cửa Bắc, Hà Nội... Ba mươi năm trước, gần sáu vạn quân nhân Mỹ đã tử nạn trên chiến trường Việt Nam để "bảo vệ tự do" cho đất nước này.

17.
chú bé 4 tuổi, mở gói quà Noël đầu tiên của ba tặng, đinh ninh sẽ là hình nhân Power Ranger... nhưng sao lại chỉ là sách... tức thật!

18.
Hố Đen: Black Holes

19.
mạng: internet, world wide web (www)
thời mạng: internet era

23.
"Purpose of life is happiness" (Dalai Lama)

29.
viết theo Henri Brunel (**HB** trang 15)

> *Le vieux chêne*
> *contemple*
> *les fleurs de cerisier*

cây sồi, phiến đá là những gì trường cửu, còn hoa đào, hoa phù dung chỉ là những gì ngắn ngủi... Nhưng trong vũ trụ bao la, chúng tự biết vẫn có cùng mạng phận mong manh như nhau

30.
viết theo Henri Brunel (**HB** trang 15)

> *Je regarde un lézard*
> *entre deux pierres*
> *il me regarde aussi*

31.
dựa theo ý Tan Taïgi (xem thêm bài 271)

> *tobu hotaru*
> *areto yuwan mo*
> *hitori kana*

bản dịch của Henri Brunel p.65

> *Voilà les lucioles*
> *voudrais-je dire à quelqu'un*
> *mais je suis seul*

32.
viết theo Ryōkan Taigu, bản dịch của Hervé Collet (**HB** trang 35)

> *Un peu ivre*
> *le pas léger*
> *dans le vent du printemps*

35.
nhìn cánh rừng đêm thỉnh thoảng loé lên một đốm sáng đom đóm, nghĩ tới đoạn thơ FitzGerald mô phỏng Rubáiyat của Khayyám:

> *Strange, is it not? That of the myriads who*
> *Before us passed the door of Darkness through*
> *Not one returns to tell us of the road,*
> *Which to discover we must travel too.*

biết đâu những đốm sáng đom đóm ấy lại chẳng là tín hiệu từ thiên cổ, đang cố chọc thủng màn đêm, gởi về ta một lời nhắn nhủ?

53.
nguyên tác

年暮れぬ笠きて草鞋はきながら

toshi kurenu
kasa kite waraji
hakinagara

57.
nguyên tác

古池蛙飛び込む水の音

furuike ya
kawazu tobikomu
mizu no oto

78.
bản dịch khác

Đừng bắt chước thơ ta
Kẻo lại thành một đôi chán ngấy
Như hai chiếc đũa ngà

01-06-2011

79.

bản dịch khác

Sao răng đau buốt nhỉ
Chỉ là tí cát dính rau thôi
Ôi, ta già mất rồi!

19-02-2015

80.

bản dịch khác

Tháng năm trời đã mưa già
Sâu đau, nằm dưới gốc cà, lạnh run

16-08-2013

nguyên tác

五月雨や蚕煩ふ桑の畑

samidare ya
kaiko wazurau
kuwa no hata

81.

bản dịch khác

Ao ngủ giấc yên lành
Tia chớp bùng lên... ôi, bất hạnh
Một tiếng cò thất thanh

29-07-2018

99.
nguyên tác

芭蕉去てそののちいまだ年くれず

Bashō sarite
sono nochi imada
toshi kurezu

119.
nguyên tác

草霞み水に声なき日ぐれ哉

kusa kasumi
mizu ni koe naki
higure kana

129.
dáng bay từng đàn của chim nhạn trên trời trông giống như những dòng Hán tự (từ đó mà có thành ngữ "thư nhạn", hay "tin nhạn"). Một bức thư pháp cần có con dấu (triện) của người thảo - ở đây xem mặt trăng là dấu triện. Một bài khác, cùng ý tưởng, của NK:

Đấy, trang thư pháp hoàng hôn:
Nhạn cô đơn vẽ đầy buồn lên sương,
Lại trăng đóng triện hoang đường,
Hỏi sao mà chẳng đoạn trường bấy nay!

171.
bản dịch khác

Vẳng nghe tiếng dế nghẹn ngào
Vẻ như từ họng chào mào vọng ra...

22-06-2012

246.
bài này có nhiều người nhầm là của Yosa Buson

253.
bản dịch Donald Keene

> *After killing*
> *The spider, what loneliness*
> *The cold of night*

bản dịch Vincent Brochard

> *L'araigné que l'on tue*
> *la solitude après*
> *froideur de la nuit*

261.
bản dịch Earl Miner

> *The well-ladle is claimed*
> *by the morning glories that twine it*
> *So I beg water else where*   **[FB]**

262.
bản dịch Earl Miner

> *Despite some snow*
> *the base of the hills spreads with haze*
> *the twilight scene*   **[FB]**

263.
bản dịch Curtis Hidden Page

> *O thou obsequious frog*
> *With hands spread on the ground*
> *And croaking flateries of such solemn sound*   **[FB]**

264.
bản dịch Donald Keen

> Look at that! and that!
> Is all I can say of the blossoms
> At Yoshino Mountain [**FB**]

265.
bản dịch Donald Keen

> Stabbed in a dream
> Or was it reality?
> The marks of a flea [**FB**]

266.
bản dịch Donald Keen

> Listen! The cuckoos
> Are calling - they and the skylarks
> Make a crossmark [**FB**]

270.
bản dịch R. H. Blyth

> A crow is cawing
> I also am by myself [**GT**]

271.
xem chú thích 31 về một bài thơ khác cũng đã được gợi hứng từ bài thơ này.

Nhà xuất bản Hàng Thị
Henrico, Virginia, Hoa Kỳ

đã phát hành 2018

Thơ Bài Cú
  biên khảo của Thuần Ngọc
Đò Trăng
  thơ Thuần Ngọc
Lối Mòn Không Một Người Qua
  NK giới thiệu thơ Bài Cú

sẽ lần lượt phát hành 2018-2019

Hồi Thi Tứ Tuyệt
  NK phóng tác Rubáiyát của Omar Khayyám
Ca Dao Việt
  NK giới thiệu và phỏng dịch ca dao sang Anh Ngữ
Mộng Trải Trước Người
  truyện ngắn Thuần Ngọc
Lời Quê Góp Nhặt Dông Dài
  Tao Phùng với vài câu chuyện văn học
Rose Đi Học
  tuyển tập các bài viết của Thu Hồng

www.ingramcontent.com/pod-product-compliance
Lightning Source LLC
Chambersburg PA
CBHW031632160426
43196CB00006B/385